अस्तंगत

नाजीम पठाण

सर्व नवोदित धडपडणाऱ्य कवि समूहाला समर्पित.

अनुक्रमणिका

अनुक्रमणिका

प्रस्तावना

अस्तंगत हा काव्यसंग्रह अत्यंत चंगल्या रीतीने श्री नाजीम पठाण यांनी लिहिलेला आहे. मुख्य म्हणजे पठाण सरांचे शिक्षण हे औषधनिर्माणशस्त्रातून झालेले असताना मराठी कविता इतक्या चांगल्या पद्धतीने लिहिणे हे विशेष मानावे लागेल. या काव्यसंग्रहात विविध विषयांवर कवितेच्या माध्यमातून खूपच चांगल्या रीतीने प्रकाश टाकण्यात आला आहे.

श्री. अमर शर्मा

कवि

1. पौर्णिमेची रात्र

पौर्णिमेच्या रात्री जणू
चंद्रच नभातून पसार झाले
सोडून जाणे असे तिचे अचानक
मनाने फारच मनावर घेतले
झालो पूर्ण रिता तिच्या जाण्याने
तरीपण वाटत होते येईल ती परत कधीतरी
सांजवेळी रमलो होतो तिच्या आठवणीत
तिची लग्नपत्रिका देऊन गेल कोणीतरी

2. कर्तव्य

कर्तव्याच्या बंधनात
जीवन हे जगावे
सुख: - दुख: हे
आयुष्यभराचे सोबती
त्यासंगे खंबीर चालावे
चुका होतील त्या
मान्य करायला शिकावे
सिंहावलोकन करून
यशाचे शिखर सर करावे
दुरदृष्टी नसतेच प्रत्येकाकडे
भविष्याचे वेध घेऊन कार्य करावे
कर्तव्याच्या बंधनात
जीवन हे जगावे

3. राष्ट्राची

तू हिंदू मी मुसलमान
आपण दोघेही राष्ट्राची शान
माझ्यात पूर्ण इमान
तुझ्यात पूर्ण स्वाभिमान
आपणच घडवूया खरा
नीतिसंपन्न हिंदुस्तान
तू हिंदू मी मुसलमान
मी उत्कृष्ट कलावान
तू देतो विचारप्रवर्तक व्याख्यान
अंतिम स्थान माझे कब्रस्तान
तू हिंदू मी मुसलमान
गरज पडल्यास करू
अर्पण राष्ट्रास आपुले प्राण

4. गर्लफ्रेंड

गर्लफ्रेंड ने सोडल म्हणून रडायच नसत
दुसरीकडे कुठे जमेल का हे पहायच असत
गेली तर गेली, त्यात एवढं काय?
तूच सांग तिला सोनं लागल होत काय?
प्रेयसी तर होती जीव तर नाही ना
विरहाने वेड लागायला तू मजनू तर नाही ना
कशाला त्रागा करून घेतोस आठवणी काढून
ती तर मनसोक्त जगतेय दुसऱ्यासोबत जुळवून
झाल गेल सर्व विसर
दुसरी सोबत कसं जुळवू याचा विचार कर

5. देवाचे मजूर

आम्ही देवाचे मजूर
करू अज्ञानाला दूर
नष्ट करू आम्ही फितूर
आम्ही देवाचे मजूर
देऊ राष्ट्रास नवसंजीवणी
आम्ही ठरवलय पक्क मनी
झाडे लाऊ सुंदर छान
गरवंतास करू विद्यादान
आम्ही देशाचे मजूर
आम्ही देवाचे मजूर

6. दुबार पेरणी

वर्षभर बचत करून पेरले रान काळेभोर
कधी पडेल रे देवा पाऊसाचे पाणी त्यावर
दुबार पेरणीच्या भीतीने धड-धड करतोय जीव
कधी येणार देवा तुला शेतकऱ्याची कीव
जगाच्या पोशिंद्यालाच नको देऊस असे घाव
आसुसलेल्या डोळ्यांनी कधिपर्यन्त आभाळाकडे पहाव
नाही रे जास्त काही मागणे तुझ्या दरबारात
फक्त हिरवेगार पीक दिसावे रानात

7. कविता

तुला वाटतय मी तुझ्यावर
कविता लिहावी
पण तूच सांग सखे तुला भेटण्यासाठी
कधिपर्यंत वाट पहावी
तुला कधीच वाटत नाही का
आपण कधीतरी भेटावे
आणि तुला समोर पाहताच
मी तुझे हात घट्ट धरावे
तुझ्या केसांच्या लटांत
अलगद हात फिरवावे
खरंच कधीतरी आपणसुद्धा भेटावे
एखाद्या नदीच्या झुळझुळत्या पाण्यात
दोघांनी निवांत पाय सोडून बसावे
खरच कधीतरी आपणसुद्धा भेटावे
एखाद्या दिवशी तुझ्या आवडीचा
सिनेमा पाहण्यासाठी जावे
कॉर्नरच्या सीटवर बसून त्या
तीन तासात अवघे आयुष्य जगून घ्यावे
खरच कधीतरी आपणसुद्धा भेटावे

8. निवडणूक

विजयी उमेदवारांना मिळाली
मतदार राजाची साथ
आता त्यांनी सुद्धा करायला हवी
विकासाची सुरुवात
जिकडे तिकडे गुलालच गुलाल
आसमंतात उडू लागले
एक स्वप्न आज साकार झाले
घेउनिया शपथ सेवेची
मदत करावी दिन दुबळ्यांची

9. हिरव धन

वावरातून फिरताना भावाच मन
पक्ष्यासारखं चिरट्या मारायचं
जरासे ढग जमा झालले दिसताच
सारखं सारखं आभाळाकडे पहायचं
आज तरी पाऊस पडेल
भाबड्या मनाला नेहमी वाटायचं
का चालायचा रोजचाच लपंडाव
पावसासंग माझ्या शेतकरी भावाचा
धरणी मातेची सेवा करताना
जगण्यासाठीच संघर्ष चालायचा त्याचा
इतके कशासाठी झुरायचे भावाचे मन
फक्त वेळेवर जोपासल्या जावं
कष्टाने उगवलेले त्याच हिरव धन

10. समुद्र

समुद्र म्हणतोय रुसून
माझे हक्क कोरोनाने नेलेत चोरून
लाटांवर मूळ कॉपीराइट
माझा आहे न राव
दर नवीन लाटेसोबत
वाढतच चाललय ह्याचा भाव

11. दुख:

अति दुख: हृदयी भरला
संकटाचा क्षण जीवणी आला
हर्ष पळाला, आनंद गळाला
चिंता आली, भीती जाहली
नैराश्य पसरले तनमनधणी
आळसावले सर्व इंद्रियगणी
येती विचार आत्महत्येचे
कसे होईल आता जीवनाचे
करताच नामस्मरण
संकटमोचक प्रभूचे
दूर झाले क्षण सारे नैराश्याचे

12. मेसचे जेवण

नशिबात आमच्या मेसचेच जेवण
चपाती करपलेली आणि पातळ वरण
सोबतीला असतो पांढरा भात
लवकर घशाखाली तोही नाही जात
कांदा महागला की, किचनमधून पसार
लोणचे आणि सॉलड चे आमच्यावर अनंत upkar

13. नशिबाचा सिकंदर

तूच आहे तुझ्या नशिबाचा सिकंदर
चाल पुढे आपल्याच धुंदीत बेफिकीर
अडथळे येतच राहतील त्यात नवं काय ?
जीवतोड मेहनत करून सर्वांच्या पुढी राह्य
कुत्सित मने आणि क्षुद्र विचार
वैशिष्टयेच आहे दुनियेची
कशाला तमा बागळतोस या सरड्यांची
तू ठाणलय ना एकदा बस्स
ध्येय आपोआप मिळेल येऊन
प्रयत्न तर कर एकदा
का बसलास नाउमेद होऊन

14. मित्र

कालपर्यंत जिवाभावाचे मित्र असणारे
कधी जीवाचे वैरी बनतात
कळतच नाही
चेहऱ्यावर कटू भाव ठेवणारे
कधी विश्वासघात करतात कळतच नाही
आयुष्यभर प्रेमाच्या शपथा घेणारे
कधी निघून जातात
कळतच नाही

15. अचानक

अचानक दाटूनी येतात
ढग हे दुखा:चे
नाहीसे होऊन जातात
तेंव्हा क्षण हे चैतन्याचे
असंख्य वादळे घोंगवतात
मनात अनभिज्ञ विचारांचे
जीवनाचा खरा मतीतार्थ
उमजतो चटके लागतात
जेंव्हा परिस्थितीचे
आशावेळेस वापरावी
चिकित्सक बुद्धी
तेंव्हाच साम्राज्य उभे
राहते स्वतःचे

16. आपुले

या जगतामध्ये कोनासी म्हणावे आपुले
बेईमानीचे ढग चोहीकडे दाटले
नवजात अभ्रकांना उकिरड्यावरती फेकताना
जणू माणवरूपी दानवच या पृथ्वीवर अवतरले
गरिबाच्या लेकीने किती कष्ट झेलले
हुंड्याच्या हव्यासापायी संसार किती मोडले
माणसाने ह्या माणुसकीला काळिमा फासिले
जन्मदात्यासही नेऊनी वृद्धाश्रमात सोडिले
मानवरूपी दानवांच्या सांगव्या किती कथा
सांगताना करामती असल्या सुन्न होतो माथा
सुन्न होतो MATHA

17. जन्मभूमी

जन्मभूमीचा जरा ऋणी रहा तू
शोषितांकडे जरा आपुलकीने पहा तू
सोबत घेऊन जाणार का संपतीचे ढिगारे?
बाजूला पहा उपाशी आहेत शेकडो बिचारे
वैचारिक भिकारपना बाजूला सार तू
दुष्काळलेल्या मनावर पीक माणुसकीचे लव तू

18. ताडपत्री

गंजीवर ताडपत्री झाकताना
भविष्य अंधकारमय दिसत होते
मेघराजाने विश्रांती घ्यावी
असे मनोमन वाटत होते
भित्रे नव्हते खंबीर मन बापाचे
तरी का कुणास ठाऊक
अश्रुंचे हौद डोळ्यांत भरलेले दिसत होते
सोयबिनचे ते फक्त दाणे नव्हते
मुलांच्या शिक्षणासाठी प्राण ओतून
वाढवलेल्या पिकांचे ते मोती होते
लेकीच्या लग्नासाठी रक्त
आटेपर्यंत केलेली मेहनत होती
बायकोच्या उपचारासाठी जमवलेली
जणू ती औषधेच होती

19. लढाई

एकटाच लढतो आहे मी
माझ्या नाशिबाशी
झाली आहे मैत्री माझी
आता जीवनातील प्रत्येक सुख: आणि दुखा : शी
माघार घेणे रक्तातच नाही
चालू आहे संघर्ष माझा
प्रारब्धातिल खाचखडग्यांशी
नकोत मजला वलय प्रसिद्धीचे
आणि नकोय कोरडी सहानुभूति
एकरूप होऊ लागलोय मी
आता माझ्या खऱ्या अस्तित्वाSHI

अध्याय20

पाहिली मी अनेक प्रकारची माणसे
सरडयाप्रमाणे रंग बदलणारी माणसे
द्वेष पसरवणारी कपटी माणसे
प्रेम पसरवणारी संत प्रवरूत्तीची माणसे
कर्म शून्य असणारी झब्बू माणसे
उपदेशाचे घुटके देणारी माणसे
लेखन करणारी शब्द वेल्हाळ माणसे
लिहिता वाचता न येणारी अगदी अंगठाछाप माणसे
अपराधाचा कलंक लागलेली निष्पाप माणसे
अपराध करून निष्पाप ठरलेली माणसे
कर्तव्य बजावणारी माणसे
कर्तव्यापासून लांब पडणारी कामचुकार माणसे
नात्यांचा वध करणारी खूनी माणसे
पाहिली मी अनेक प्रकारची MANSE

21. यशाची शिखरे

यशाची शिखरे सर करताना
पराभवाची भीती कशाला
खाली पडून सुद्धा
उठता येत मग
पडण्याची चिंता कशाला
लोकांच काय ते बोलणारच
त्या क्षुद्र लोकांची तमा कशाला
सत्यमेव जयते हे विधान
काळ्या दगडावरची पांढरी रेघ
मग असत्याच्या बाजूने कशाला
ध्येय गाठायचं हे पक्क ठरलंय न
मग अडथळ्यांची परवा कशाला

22. आई

बोटे जळालीत तिचे कित्येकदा
भाकरी बनवताना
कधी न दिसली मजला
जळालेली भाकरी जेवताना
आईचे प्रेम हे असतेच असे
जीव होतो कासावीस
ती जवळ नसताना
आईच्या प्रेमाची किमयाच न्यारी
लेकरांसाठी जणू ती मायेची पंढरी

www.ingramcontent.com/pod-product-compliance
Lightning Source LLC
Chambersburg PA
CBHW020854160726
47993CB00004B/1659